Impressum
Verlag: BABADADA GmbH, Nedderfeld 112 , 22529 Hamburg
Geschäftsführer / Verlagsleitung: Harald Hof
Druck: Books on Demand GmbH, In de Tarpen 42, 22848 Norderstedt

Imprint
Publisher: BABADADA GmbH, Nedderfeld 112 , 22529 Hamburg, Germany
Managing Director / Publishing direction: Harald Hof
Print: Books on Demand GmbH, In de Tarpen 42, 22848 Norderstedt, Germany

学校

ትምህርት ቤት

教室
መማሪያ ክፍል
除
ማካፈል
186/2
黑板
ሰሌዳ
老师
መምህር
纸
ወረቀት
书写
መፃፍ
钢笔
እስክሪብቶ
办公桌
መፃፊያ ጠረጴዛ
直尺
ማስመሪያ
书
መጽሐፍ
学生
ተማሪ

书包

የጀርባ ቦርሳ

铅笔盒

የእርሳስ መያዣ

铅笔

እርሳስ

卷笔刀

የእርሳስ መቅረጫ

橡皮擦

ላጲስ

画板

የስዕል ደብተር

图画

ስዕል

画笔

የቀለም ብሩሽ

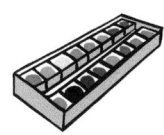

颜料盒

የቀለም ሳጥን

剪刀

መቀስ

胶水

ማጣበቂያ

练习册

መልመጃ ደብተር

家庭作业

የቤት ስራ

12

数字

ቁጥር

2+2

加

መደመር

5-2

减

መቀነስ

2×2

乘

ማባዛት

计算

ቁጥሮችን ማስላት

A

字母

ደብዳቤ

ABCDEFG
HIJKLMN
OPQRSTU
VWXYZ

字母表

ፊደላት

hello

字

ቃል

课文

....

ፅሑፍ

读

....

ማንበብ

粉笔

....

ጠመኔ

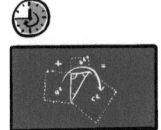

上课

....

ትምህርት

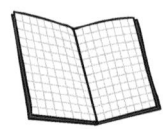

登记

....

ምዝገባ

考试

....

ፈተና

证书

....

ሰርተፊኬት

校服

....

የትምህርት ቤት የደንብ ልብስ

教育

....

ትምህርት

百科全书

....

አዉደ ጥበብ

大学

....

ዩኒቨርስቲ

显微镜

....

የምርምር አጉሊ መሳርያ

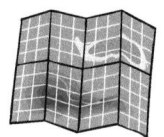

地图

....

ካርታ

废纸筐

....

የቆሻሻ ወረቀት መጣያ ቅርጫት

酒店
ሆቴል
Grand
青年旅社
ማረፊያ ቤት
ROOMS
外币兑换处
የዉጭ ገንዘብ ምንዛሪ ቢሮ
手提箱
ልብስ መያዣ ሻንጣ
汽车
መኪና

语言

ቋንቋ

是/否

አዎ/ አይደለም

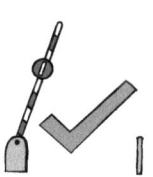

好的

እሺ

您好

ሰላም

翻译员

አስተርጓሚ

谢谢

አመሰግናለሁ

……多少钱？

ስንት ነዉ.......?

我不明白

አልገባኝም

问题

እክል

晚上好！

እንደምን አመሹ!

早上好！

እንደምን አደሩ!

晚安！

መልካም ምሽት!

再见

ደህና ይሰንብቱ

方向

አቅጣጫ

行李

ሻንጣ

包

ቦርሳ

双肩包

ጀርባ ቦርሳ

客人

እንግዳ

房间

ክ ል

睡袋

መተኛ ቦርሳ

帐篷

ንኳን

旅游信息

የጎብኚዎች መረጃ

海滩

የባህር ዳርቻ

信用卡

ክሬዲት ካርድ

早餐

ቁርስ

午餐

ምሳ

晚餐

እራት

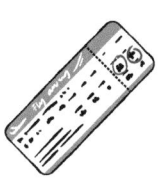

票

ቲኬት

电梯

አሳንሰር

邮票

ማህተም

边界

ድንበር

海关

ባህሎች

大使馆

ኤምባሲ

签证

ቪዛ/የይለፍ ወረቀት

护照

ፓስፖርት

交通运输

መጓጓዣ

飞机
አዉሮፕላን
船
መርከብ
消防车
የእሳት አደጋ መኪና
卡车
የጭነት መኪና
汽艇
የሞተር ጀልባ
汽车
መኪና
自行车
ብስክሌት

摆渡船

የማመላለሻ ጀልባ

小船

ጀልባ

摩托车

የሞተር ብስክሌት

警车

የፖሊስ መኪና

赛车

የዉድድር መኪና

租车

የኪራይ መኪና

拼车

የመኪና መጋራት

拖车

ጎታች መኪና

垃圾车

የ ሻሻ ጭነት መኪና

发动机

ተር

汽油

ነ ጅ

加油站

የ ንዚን ማደያ

交通标志

የመን ድ ምልክት

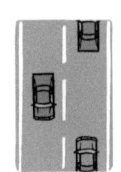

交通

የመኪኖች እንቅስቃሴ

交通堵塞

የመኪና መጨናነቅ

停车场

የመኪና ማ ያ

火车站

የባቡር ጣቢያ

轨道

የባቡር ሀዲዶች

火车

ባቡር

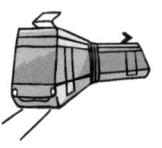

电车

የኤሌክትሪክ ባቡር

货车

ሰረ ላ

直升机

ሄሊኮፕተር

机场

አየር ማረፊያ

塔

ማማ

乘客

መንገደኛ

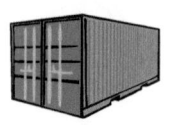

集装箱

ማስቀመጫ፤ ማጠራቀሚያ

纸板箱

ካርቶን እቃ ማሸጊያ

手推车

ጋሪ፤ ተሳቢ

篮子

ቅርጫት

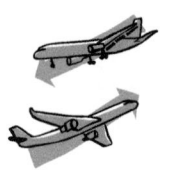

起飞/降落

መነሳት/ ማረፍ

城市

ከተማ

村庄

መንደር

市中心

የከተማ ማዕከል

房子

ቤት

电影院
ሲኒማ
广告
ማስታወቂያ
路灯
የመንገድ ዳር መብራት
街道
መንገድ
出租车
ታክሲ
小吃店
የቁርስ መቆያ ሱቅ
行人
እግረኛ
人行道
ድንጋይ የተነጠፈበት የእግረኛ መንገድ
斑马线
የእግረኛ መሻገሪያ
垃圾箱
የቆሻሻ ማጠራቀሚያ
十字路口
红绿灯
የትራፊክ መብራቶች

小屋

ጎጆ

公寓

አፓርታማ

火车站

የባቡር ጣቢያ

市政厅

የከተማ አዳራሽ

博物馆

ቤተ መዘክር

学校

ትምህርት ቤት

大学

ዩኒቨርስቲ

银行

ባንክ

医院

ሆስፒታል

酒店

ሆቴል

药房

መድሐኒት ቤት

办公室

ቢሮ

书店

መፅሐፍ መሸጫ

商店

ሱቅ

花店

የአበባ መሸጫ

超市

የሸቀጣ ሸቀጥ መደብር

市场

ገበያ ስፍራ

百货商店

መደብር

鱼店

የዓሳ ነጋዴ

购物中心

የገበያ ማዕከል

海港

ወደብ

公园

መናፈሻ ቦታ

长凳

አግዳሚ ወንበር

桥

ድልድይ

楼梯

ደረጃዎች

地铁

ዉስጥ ለዉስጥ

隧道

ዋሻ

公交车站

የአዉቶቡስ ፌርማታ

酒吧

ባር

餐馆

ምግብ ቤት

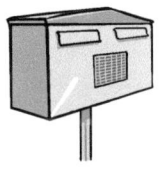

邮筒

የፖስታ ሳጥን

路标

የመንገድ ምልክት

停车计时器

የመኪና ማቆሚያ ሒሳብ የሚያሰላ ማሽን

动物园

የዱር እንስሳት ማቆያ

游泳馆

የመዋኛ ገንዳ

清真寺

መስጊድ

农场

እርሻ

污染

የሚበክል ነገር

墓地

መቃብር ስፍራ

教堂

ቤተ ክርስቲያን

操场

መጫወቻ ሜዳ

寺庙

ቤተ መቅደስ

地形

መልከዓምድር

树叶 ቅጠል

指示牌 የመንገድ ላይ ምልክት

路 መንገድ

草地 አረንጓዴ መስክ

石头 ድንጋይ

树 ዛፍ

徒步旅行者 በእግሩ የሚጓዝ

河 ወንዝ

草 ሳር

花 አበባ

峡谷

ሸለቆ

山

ኮረብታ

湖

ሀይቅ

森林

ጫካ

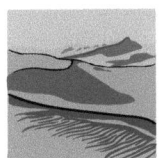

沙漠

በረሃ

火山

እሳተ ገሞራ

城堡

ግምብ

彩虹

ቀስተ ዳመና

蘑菇

እንጉዳይ

棕榈树

የቴምብር ዛፍ/ ዘንባባ

蚊子

ቢንቢ/ የወባ ትንኝ

苍蝇

በራሪ

蚂蚁

ጉንዳን

蜜蜂

ንብ

蜘蛛

ሸረሪት

甲虫

....

ጢንዚዛ

青蛙

....

እንቁራሪት

松鼠

....

ሽኮኮ

刺猬

....

ጃርት

野兔

....

ጥንቸል

猫头鹰

....

ጉጉት ወፍ

鸟

....

ወፍ

天鹅

....

የውሃ ዳክዬ

野猪

....

ር ሮ

鹿

....

አጋዘን

麋鹿

....

አጋዘን

水坝

....

ድብ

风力发电机

....

ነፋስ የሚሽ ረ ር

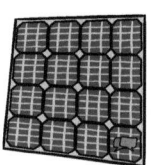

太阳能电池板

....

የ ሀይ ፓኔሎ

气候

....

አየር ንብረት

餐馆

ምግብ ቤት

服务员
አስተናጋጅ
菜单
椅子
ወንበር
汤
ሾርባ
披萨饼
ፒዛ
桌布
የጠረጴዛ ጨርቅ

前菜

የ ግብ ፍላጎትን የሚከፍት ግብ

主菜

ዋና ግብ

甜点

ማ ሚያ ተከታይ ግብ

饮料

መጠ ች

食物

ግብ

瓶子

ጠርሙስ

快餐
....
ፈጣን ምግብ

街边小吃
....
የመንገድ ምግብ

茶壶
....
የሻይ ማንቆርቆሪያ

糖盒
....
የስኳር እቃ

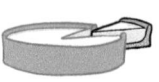

一份饭菜
....
ድርሻ

意式咖啡机
....
የቡና ማፊያ ማሽን

高脚椅
....
ባለጌ ወንበር

账单
....
የክፍያ ደረሰኝ

托盘
....
ትሪ

刀
....
ቢላዋ

餐叉
....
ሹካ

勺子
....
ማንኪያ

茶匙
....
የሻይ ማንኪያ

餐巾
....
ልብስ ምግብ እንዳይነካ የሚረዳ ጨርቅ

玻璃杯
....
ብርጭቆ

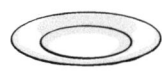

碟子

ዝርግ ሰሀን

汤盘

የሾርባ ጎድጓዳ ሰሀን

碟子

የስኒ ማስቀመጫ

酱

ማጣፈጫ ስጎ

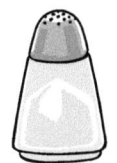

盐瓶

የጨዉ እቃ

胡椒磨

የተፈጨ ቃሪያ

醋

ኮምጣጤ

食用油

የምግብ ዘይት

调味料

ቀመማ ቅመሞች

番茄酱

የቲማቲም ድልህ

芥末

ሰናፍጭ

蛋黄酱

ማዮኒዝ

超市

የሸቀጣ ሸቀጥ መደብር

特价
ልዩ አቅራቦት
FOR
顾客
ደምበኛ
乳制品
የወተት ተዋፅዖ
水果
ፍራፍሬ
购物车
ባለ ጎማ የእጅ ጋሪ

肉铺

ሉካንዳ ነጋዴ

面包房

መጋገርያ

称重

ክብደት መመዘን

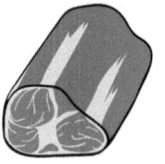

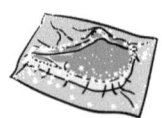

蔬菜

ቅጠላ ቅጠል አትክልት

肉

ስጋ

冷冻食品

የቀዘቀዘ/የረጋ ምግብ

冷盘

ቀዝቃዛ ቁራጭ

罐头食品

የታሸገ ምግብ

洗衣粉

የማጠቢያ ዱቄት

甜食

ጣፋጮች

日用品

የ ት ዉስጥ ዉጤቶች

清洁用品

የፅዳት ምርቶች

销售员

የሽያጭ ባለሙያ

收银机

የገንዘብ መመዝቢያ ማሽን

收银员

የሒሳብ ሰራተኛ

购物清单

የግዢ ዝርዝር

开放时间

ክፍት ሰዓታት

钱包

የኪስ ቦርሳ

信用卡

ክሬዲት ካርድ

袋子

ቦርሳ

塑料袋

የፕላስቲክ ቦርሳ

饮料

መጠጦች

水

ውሃ

果汁

ጭማቂ

牛奶

ወተት

可乐

ኮካ-ኮላ

红酒

ወይን

啤酒

ቢራ

酒

አልኮል

可可

ኮካ

茶

ሻይ

咖啡

ቡና

意式浓缩咖啡

የተፈላ ቡና

卡布奇诺

ካፕቺኖ

香蕉

ሙዝ

苹果

ፖም

橙子

ብርቱካን

西瓜

ሀብሀብ

柠檬

ሎሚ

胡萝卜

ካሮት

大蒜

ነጭ ሽንኩርት

竹子

ሸምበቆ

洋葱

ቀይ ሽንኩርት

蘑菇

እንጉዳይ

坚果

ዉዝ

面条

የኒዳናት ምግብ

意大利面条

ፓስታ

米饭

ሩዝ

沙拉

ሰላጣ

薯条

የድንች ጥብስ

炸土豆

ድንች ጥብስ

披萨饼

ፒዛ

汉堡包

ዳቦ ዉስጥ በስሱ ተጠብሶ የገባ
ስጋ

三明治

ሳንድዊች

炸猪排

ጥሬ ስጋ

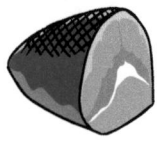

火腿

የአሳማ ስጋ

萨拉米

በቅመምና በጨዉ የታሸ ምግብ
ቀዝቅዞ የሚበላ ሾርባ ምግብ

香肠

ቋሊማ

鸡肉

ዶሮ

烤肉

ጥብስ

鱼

አሳ

食物 - ምግብ

燕麦片

የአጃ ገንፎ

穆兹利

ከወተት ጋር ተደባልቀዉ የሚበሉ ምግቦች

玉米片

የበቆሎ ቅርፊት

面粉

ዱቄት

羊角面包

ኩራሳ

面包卷

ድብልብል ዳቦ

面包

ዳቦ

烤面包

መጥበስ

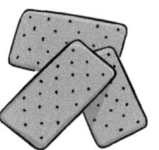

饼干

ብስኩት

黄油

ቅቤ

凝乳

እርጎ

蛋糕

ኬክ

蛋

እንቁላል

煎蛋

እንቁላል ጥብስ

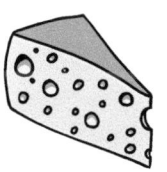

奶酪

አይብ

冰激凌

የበረዶ ክሬም

糖

ስኳር

蜂蜜

ማር

果酱

ማርማላት

巧克力酱

የተናጠ የወተት ክሬም

咖喱饭

ማጣፈጫ

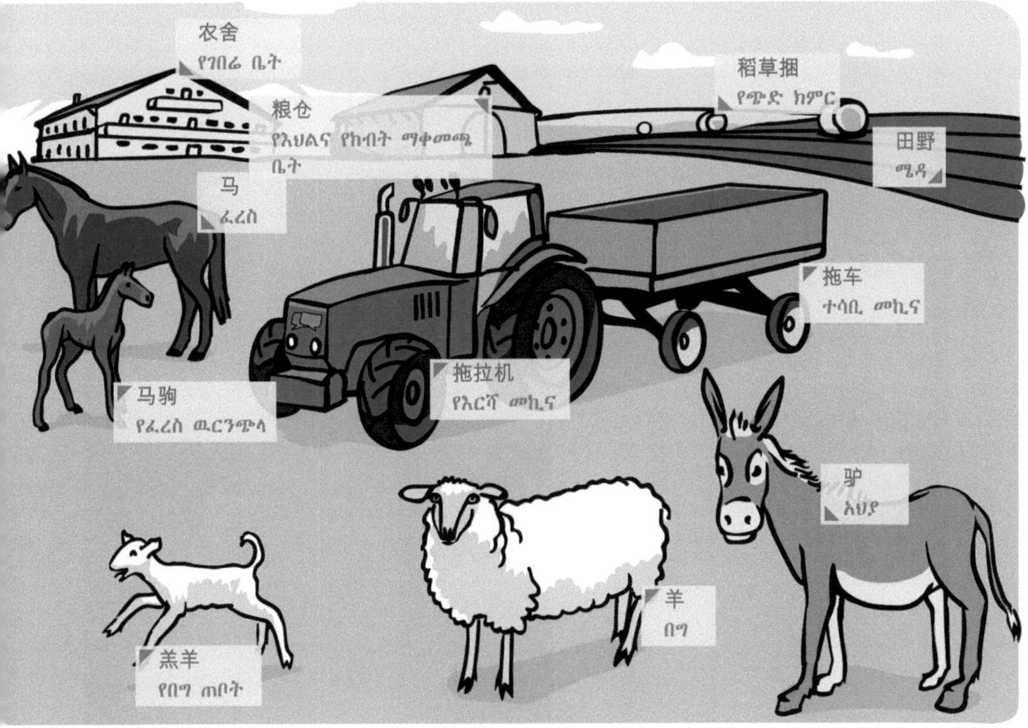

农舍
የገበሬ ቤት

粮仓
የእህልና የከብት ማቀመጫ ቤት

马
ፈረስ

稻草捆
የሣር ክምር

田野
ሜዳ

拖车
ተሳቢ መኪና

拖拉机
የእርሻ መኪና

马驹
የፈረስ ዉርንጭላ

驴
አህያ

羊
በግ

羔羊
የበግ ጠቦት

山羊

ፍየል

奶牛

ላም

牛犊

ጥጃ

猪

አሳማ

小猪

ግልገል አሳማ

公牛

ኮርማ

鹅

ዝይ

鸭

ዳክዬ

小鸡

የዶሮ ጫጩት

母鸡

ዶሮ

公鸡

አዉራ ዶሮ

鼠

አይጥ

猫

ደድመት

老鼠

አይጥ

牛

በሬ

狗

ዉሻ

狗屋

የዉሻ ቤት

花园浇水软管

የአትክልት ቦታ

洒水壶

ዉሃ ማጠጫ ባልዲ

长柄大镰刀

ረጅም ማጭድ

犁

ማረሻ

镰刀

ማጭድ

锄头

መኮትኮቻ

长柄草耙

የእህል መንሽ

斧头

መጥረቢያ

独轮手推车

ኩርኩር/ የእጅ ጋሪ

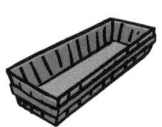

饲料槽

ገንዳ

牛奶罐

የወተት ዕቃ

麻布袋

ጆንያ ከረጢት

栅栏

አጥር

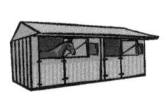

马厩

የፈረስ ጋጣ

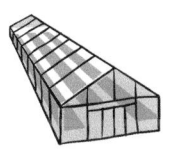

温室

ዕፅዋት ማሳደጊያ የመስታዉት ቤት

土壤

አፈር

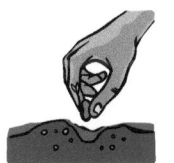

种子

ዘር

肥料

የመሬት ማዳበሪያ

联合收割机

ጥምር ማረሻ

收割

ዝመራ መሰብሰብ

收割

ዝመራ

山药

ድንች

小麦

ስንዴ

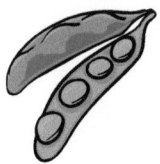

大豆

ሶያ

土豆

ድንች

玉米

በቆሎ

油菜籽

የከብት መኖ

果树

የፍሬ ዛፍ

树薯

የካሳቫ ዛፍ

谷物

እህል

房子
ቤት

烟囱
የጪስ ማዉጫ
屋顶
ጣራ
落水管
窗户
መስኮት
车库
ጋራዥ
门铃
የበር ደወል
门
በር
垃圾桶
የቆሻሻ ማጠራቀሚያ
信箱
ፖስታ ሳጥን
花园
የአትክልት ቦታ

客厅

ሳሎን

浴室

መታጠቢያ ቤት

厨房

ማድቤት

卧室

መኝታ ቤት

儿童房

የልጅ ክፍል

餐厅

መመገቢያ ክፍል

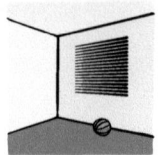

地板

ወለል

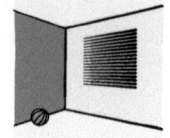

墙壁

ግድግዳ

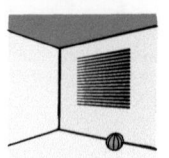

吊顶

ጣሪያ

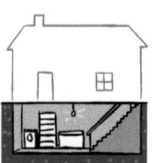

地窖

ምድር ቤት

桑拿

በእንፋሎት ሙቀት መታጠቢያ ቤት

阳台

ሰገነት

露台

ከፍ ያለ መደብ

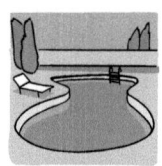

游泳池

የመዋኛ ገንዳ

割草机

የማጨጃ መኪና

被单

አንሶላ

床罩

የአልጋ ልብስ

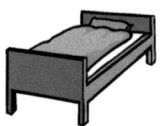

床

አልጋ

扫帚

መጥረጊያ

水桶

ባልዲ

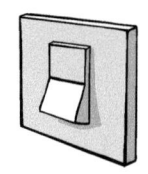

开关

ማብሪያና ማጥፊያ

客厅

ሳሎን

壁纸
የግድግዳ ወረቀት
照片
ፎ
台灯
መብራት
搁架
橱柜
ቁም ሳጥን፤ ካቢኔ
电视机
壁炉
የእሳት መሞቂያ
花
አበባ
垫子
ትራስ
沙发
ሶፋ
花瓶
የአበባ ማስቀመጫ
遥控器
ሪሞት ኮንትሮል

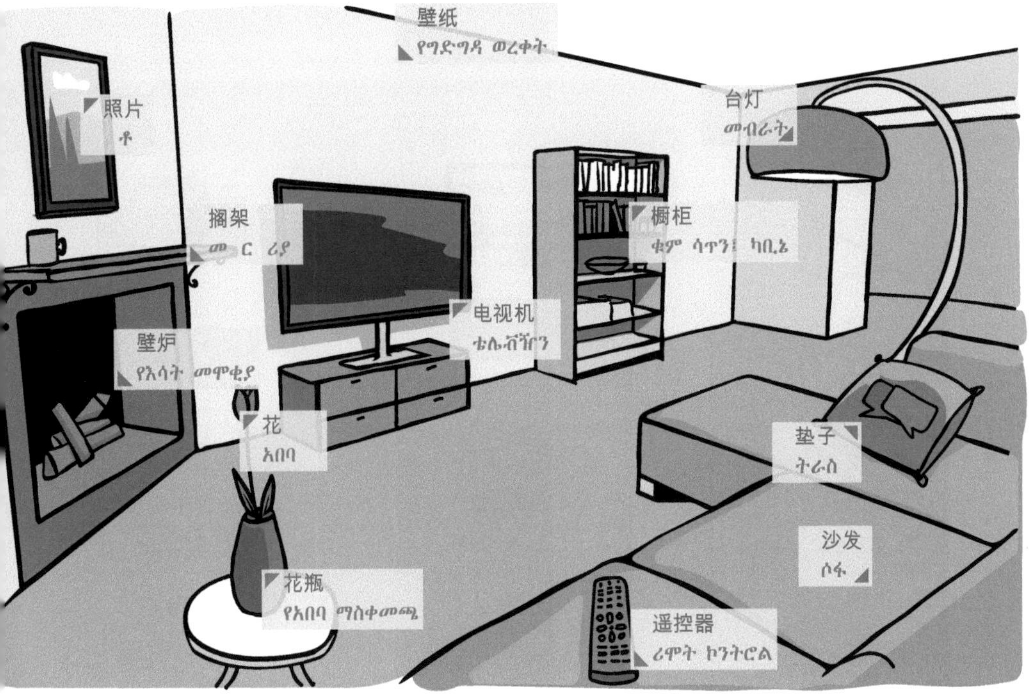

地毯

ንጣፍ

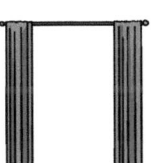

窗帘

መ ረጃ

餐桌

ጠረጴዛ

椅子

ወንበር

摇椅

ተወዛዋዥ ወንበር

扶手椅

ባለመ ገፊያ ወንበር

书

መጽሐፍ

毯子

ብርድ ልብስ

装饰品

ጌጥ

木柴

ማገዶ

电影

ፊልም

高保真音响

የሙዚቃ መማጫወቻ

钥匙

ቁልፍ

报纸

ጋዜጣ

油画

ስዕል

海报

የተለጠፈ ማስታወቂያ እንደ ስዕል

收音机

ራዲዮ

笔记本

ማስታወሻ ደብተር

吸尘器

የአየር ማፅጃ ለምንጣፍ

仙人掌

ቁልቋል

蜡烛

ሻማ

厨房

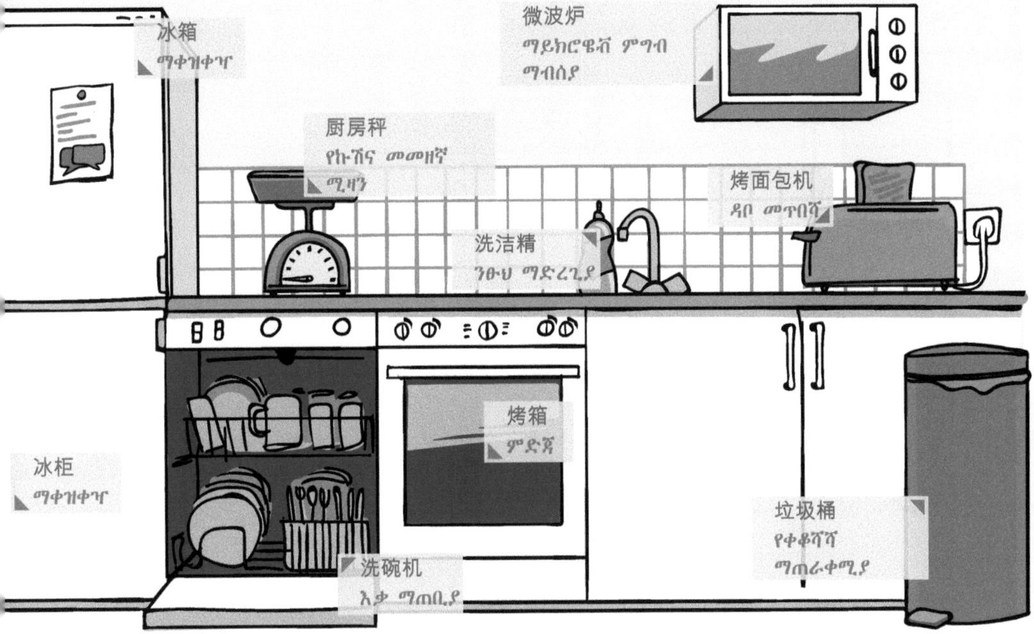

冰箱
ማቀዝቀዣ
微波炉
ማይክሮዌቭ ምግብ ማብሰያ
厨房秤
የኩሽና መመዘኛ ሚዛን
烤面包机
ዳቦ መጥበሻ
洗洁精
ንፁህ ማድረጊያ
烤箱
ምድጃ
冰柜
ማቀዝቀዣ
垃圾桶
የቆሻሻ ማጠራቀሚያ
洗碗机
እቃ ማጠቢያ

炊具

ምግብ አብሳይ

锅

ማሰሮ

铸铁锅

የብረት ማሰሮ

炒锅

ምግብ ማብሰያ ዝርግ ድስት

平底锅

የምግብ መጥበሻ

水壶

ማንቆርቆሪያ

蒸锅

የእንፋሎት ማብሰያ

烤盘

የመጋገሪያ ትሪ

陶瓷锅

ሰብ ቦች

马克杯

ት ቅ ኩባያ

碗

ጎድጓዳ ሳህን

筷子

ፕ ቲክ

长柄勺

ፋ

铲子

መሰቅሰ ያ ዝርግ ማንኪያ

搅拌器

ማ ባለ ያ

滤网

መ ጠሪያ

筛子

ንፊት

磨碎机

መፈርፈሪያ መሳሪያ

研钵

ሲሚንቶ

烧烤

የፍም ጥብ

明火

የተለቀቀ እሳት

菜板

መክተፊያ

擀面杖

ተንሸራታች መርፌ

开瓶器

ጠርሙስ መክፈቻ

罐子

ጣሳ

开罐器

ጣሳ መክፈቻ

隔热手套

ማሰሮ መሸፈኛ

水槽

ሳህን ማጠቢያ

刷子

ብሩሽ

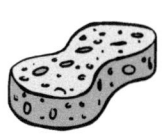

海绵

ስፖንጅ

搅拌机

መደባለቂያ መሳሪያ

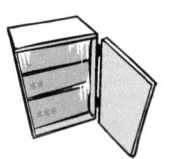

冷藏箱

በጣም ማቀዝቀዣ

奶瓶

ጡጦ

水龙头

ቧንቧ

浴室

መታጠቢያ ቤት

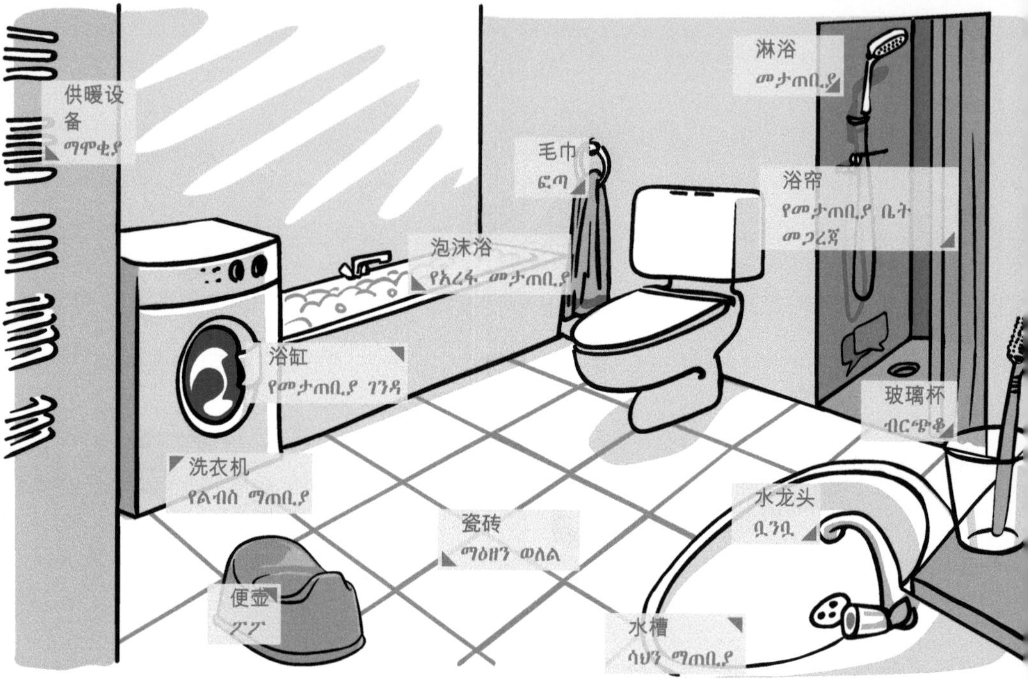
供暖设备
ማሞቂያ
淋浴
መታጠቢያ
毛巾
ፎጣ
浴帘
የመታጠቢያ ቤት መጋረጃ
泡沫浴
የአረፋ መታጠቢያ
浴缸
የመታጠቢያ ገንዳ
玻璃杯
ብርጭቆ
洗衣机
የልብስ ማጠቢያ
水龙头
ቧንቧ
瓷砖
ማዕዘን ወለል
便壶
ፖፖ
水槽
ሳህን ማጠቢያ

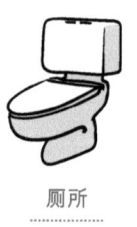

厕所

ሽንት ቤት

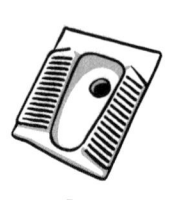

蹲便器

የሽንት ቤት መቀመጫ

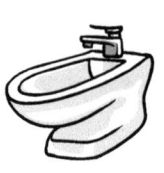

坐浴器

ሳፉ

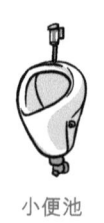

小便池

የመንገድ ዳር መሽኛ

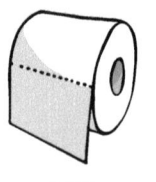

厕纸

የሽንት ቤት ወረቀት

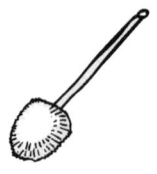

马桶刷

የሽንት ቤት ማፅጃ ብሩሽ

牙刷

የጥርስ ብሩሽ

牙膏

የጥርስ ሳሙና

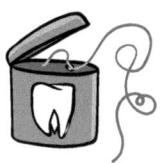

牙线

የጥርስ ማፅጃ ክር

洗

መታጠብ

手持式喷淋头

የእጅ መታጠቢያ

冲洗器

መታጠቢያ

洗脸盆

ጎድጓዳ ሳህን

擦背刷

የጀርባ ብሩሽ

肥皂

ሳሙና

沐浴露

የመታጠቢያ የሚዝለገለግ ሳሙና

洗发水

የፀጉር መታጠቢያ ሳሙና

法兰绒

ለስላሳ ጨርቅ

排水

ፍሳሽ

乳霜

ክሬም

除臭剂

ጠረን መቀየሪያ ንጥረ ነገር

镜子

መስታወት

手镜

የእጅ መስታወት

剃须刀

ምላጭ

剃须泡沫

የመላጫ አረፋ

须后水

ከመላጨት በኋላ የሚቀባ ሽቱ

梳子

ማበጠሪያ

刷子

ብሩሽ

吹风机

የፀጉር ማድረቂያ

喷发定型剂

በፀጉር ላይ የሚነፋ

化妆品

የፊት መቀባቢያ

唇膏

የከንፈር ቀለም

指甲油

የጥፍር ቀለም

化妆棉

የጥጥ ሱፍ

指甲剪

ጥፍር መቁረጫ

香水

ሽቶ

洗漱包

ማጠቢያ ባልዲ

凳子

መቀመጫ

计重秤

ሚዛን

浴袍

የመታጠቢያ ልብስ

橡胶手套

የላስቲክ ጓንት

卫生棉条

ሞዴስ

卫生巾

የፅዳት ፎጣ

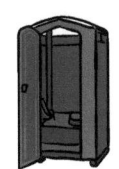

化学厕所

የሽንት ቤት ኬሚካል

儿童房

የልጅ ክፍል

闹钟
የማንቂያ ደወል ሰዐት
毛绒玩具
የህፃን አሻንጉሊት
玩具车
የመጫወቻ
መኪና
拨浪鼓
መጫወቻ
玩具屋
የአሻንጉሊት ቤት
礼物
ስጦታ

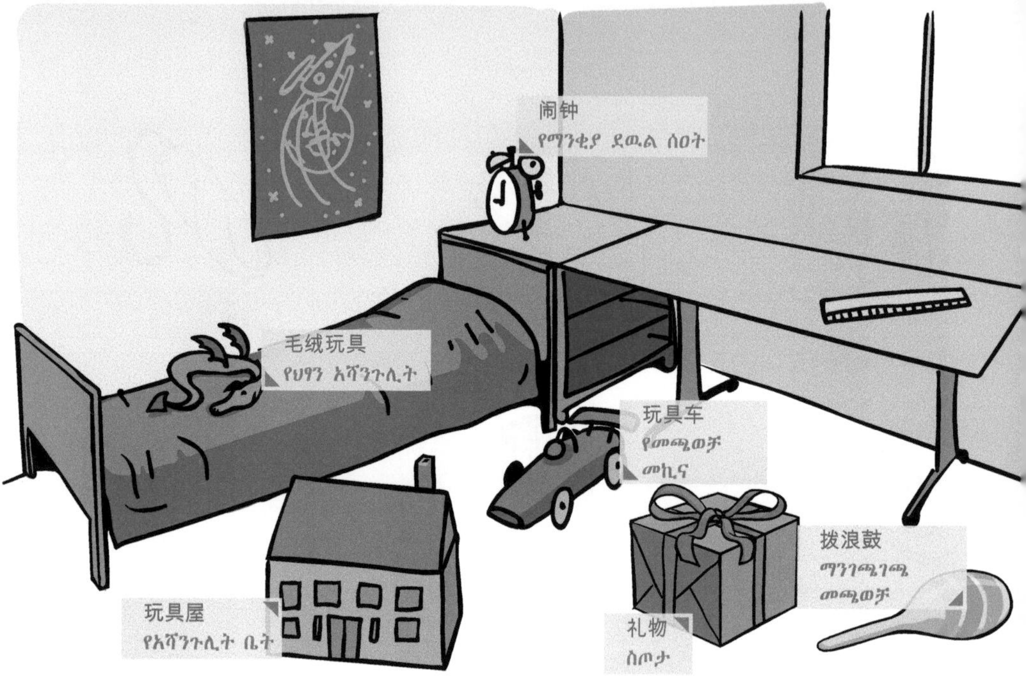

气球

ፊኛ

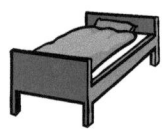

床

አልጋ

（洋娃娃用）婴儿车

የህፃን ማንሸራሸሪያ ጋሪ

扑克牌

የካርታ መጫወቻ

拼图

ቁርጥራጭ ምስሎችን የማገጣጠም
እና ምስል የማግኘት ጨዋታ

漫画

አዝናኝ

乐高积木

ተገጣጣሚ መጫወቻ

积木玩具

የመጫወቻ መገጣጠሚያዎች

玩具人

የድርጊት ምስል

婴儿服

የህፃን እድገት

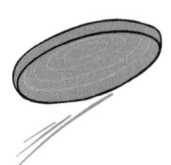

飞盘

የፕላስቲክ መጫወቻ ዝርግ ሰሀን

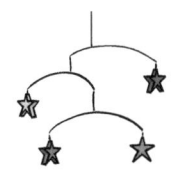

床铃玩具

ተወዛዋዥ የህፃን ማጫወቻ

棋盘游戏

የሰሌዳ ጨዋታ

骰子

የመጫወቻ ጠጠር

火车模型

የመጫወቻ ባቡር

安抚奶嘴

የእንጀራ እናት ጡጦ

聚会

ድግስ

绘本

የስዕል መፅሀፍ

球

ኳስ

洋娃娃

አሻንጉሊት

玩

መጫወት

沙坑

የአሸዋ መጫወቻ

秋千

ዥዋዥዌ

玩具

መጫወቻዎች

游戏机

የቪዲዮ መጫወቻ

三轮车

ባለ ሶስት ጎማ ብስክሌት

泰迪熊

የአሻንጉሊት ድብ

衣柜

ቁምሳጥን

衣服

አልባሳት

袜子

ካልሲዎች

长袜

ስቶኪንጎች

紧身裤

ታይት

围巾
የአንገት ልብስ

雨伞
ዣንጥላ

T恤
ከናቴራ

皮带
ቀበቶ

靴子

运动鞋
ስኒከሮች

拖鞋
የቤት ዉስጥ ነጠላ
ጫማ

凉鞋

ነጠላ ጫማዎች

鞋

ጫማዎች

雨靴

የዝናብ ቡትስ

内裤

ሙታንታ

胸罩

ጡት መያዣ

背心

ሰደርያ

衣服 - አልባሳት 45

身体

ሰዉነት

裤子

ሱሪዎች

牛仔裤

ጅንስ

短裙

ጉርድ ቀሚስ

女式衬衫

ሸሚዝ

衬衫

ሸሚዝ

套头衫

የሚጠለቅ ሹራብ

卫衣

ሹራብ

西装夹克

ዩኒፎርም ጃኬት

夹克

ጃኬት

外套

ኮት

雨衣

የዝናብ ኮት

套装

ልብስ

连衣裙

ቀሚስ

婚纱

የሙሽራ ቀሚስ

衣服 - አልባሳት

西装

ሱፍ

睡袍

የለሊት ልብስ

睡衣

የለሊት ልብስ

莎丽

ረጅም ቀሚስ

头巾

ሂጃብ

包头巾

ጥምጣም

波卡

ቡርቃ

卡夫坦

ሽርጥ

(阿拉伯式)长袍

አባያ

泳衣

የዋና ልብስ

男式泳裤

አጭር ቁምጣ

短裤

ቁምጣዎች

运动服

የስራ ቱታ

围裙

ሽርጥ

手套

ጓንት

纽扣

ቁልፍ

眼镜

መነፅር

手链

አምባር

项链

የአንገት ሀብል

戒指

ቀለበት

耳环

የጆሮ ጌጥ

便帽

ኮፍያ

衣架

የኮት መስቀያ

帽子

ኮፍያ

领带

ከረቫት

拉链

ዚፕ

头盔

የብረት ቆብ

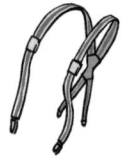

背带

መደገፊያ

校服

የትምህርት ቤት የደንብ ልብስ

制服

የደንብ ልብስ

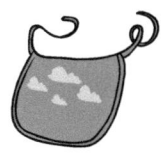

围兜

መሃረብ

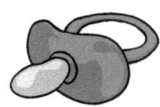

安抚奶嘴

እንጀራ እናት ጡጦ

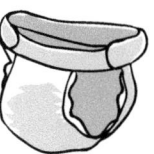

尿不湿

ንት ጨርቅ

办公室

ቢሮ

服务器
ሰራጫ
ጣቢያ
文件柜
ይል መደርደሪያ
ካቢኔ
打印机
ህትመት መሳሪያ
纸
ረቀት
显示屏
መ ጣጠሪያ
鼠标
ዝ
办公桌
መ ፊያ ጠረጴዛ
文件夹
ህደር
键盘
መ ፊ ቁልፎች
废纸篓
ሻሻ ረቀት መጣያ
ቅርጫት
椅子
ንበር
电脑
ኮምፒ ተር

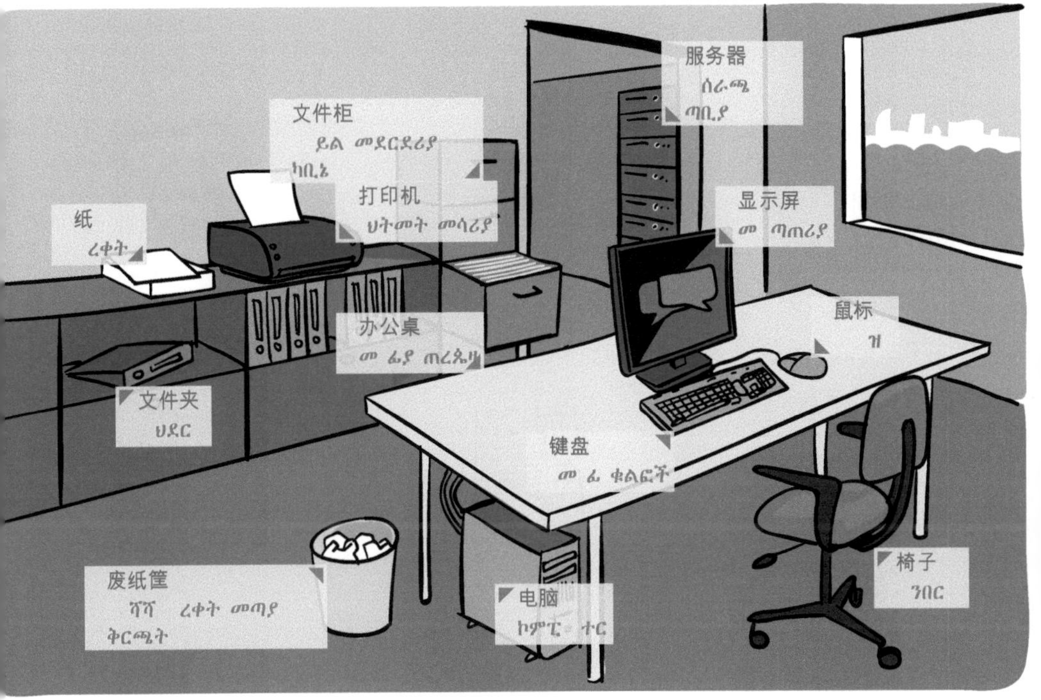

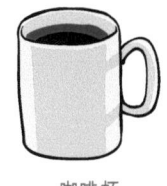

咖啡杯

ቡና መጠጫ ትልቅ ኩባያ

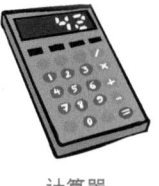

计算器

ስልያ ን

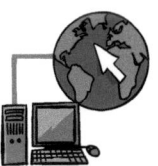

因特网

ኢንተርኔት

笔记本电脑

ፕቶፕ

信件

ደብዳቤ

消息

መልዕክት

手机

ተንቀሳቃሽ ስልክ

网络

የግንኙነት አዉታር

复印机

ማባዣ ማሽን

软件

ሶፍትዌር

电话

ስልክ

插座

የግድግዳ ሶኬት

传真机

የፋክስ ማሽን

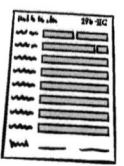

表格

ቅፅ

文件

ሰነድ

经济

ኢኮኖሚ

买

መግዛት

付钱

መክፈል

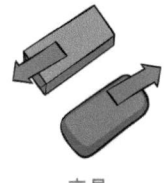

交易

መነገድ

现金

ገንዘብ

美元

ዶላር

欧元

ዩሮ

日元

የን

卢布

ሩብል

瑞士法郎

የስዊዝ ፍራንክ

人民币

ሬንሚንቢ ዩዋን

卢比

ሩጲ

提款处

የገንዘብ ነጥብ

外币兑换处

የዉጭ ገንዘብ ምንዛሪ ቢሮ

金

ወርቅ

银

ብር

石油

ዘይት

能源

ሀይል፤ ጉልበት

价格

ዋጋ

合同

ግንኙነት

税金

ቀረጥ

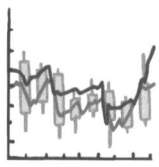

股票

አክስዮን

工作

መስራት

职员

ተቀጣሪ

老板

ቀጣሪ

工厂

ፋብሪካ

商店

ሱቅ

职业

የስራ ሙያዎች

警官
የፖሊስ አዛዥ
消防员
የእሳት አደጋ ሰራተኛ
厨师
ምግብ አብሳይ
医生
ዶክተር
飞行员
አብራሪ

园丁

አትክልተኛ

木匠

አናጢ

裁缝

ልብስ ሰፊ ሴት

法官

ዳኛ

化学家

ቀማሚ

演员

ተዋናይ

公交车司机

የአዉቶቢስ ሹፌር

出租车司机

የታክሲ ሹፌር

渔夫

አሳ አጥማጅ

清洁女工

ፅዳት ሰራተኛ

屋顶工

የጣራ ሰራተኛ

服务员

አስተናጋጅ

猎人

አዳኝ

画家

ሰዓሊ

面包师

ጋጋሪ

电工

የኤሌትሪክ ሰራተኛ

建筑工人

ገምቢ

工程师

መሃንዲስ

屠夫

ልኳንዳ

水管工

የቧንቧ ሰራተኛ

邮递员

የፖስታ ሰራተኛ

士兵

ወታደር

建筑师

መሃንዲስ

收银员

የሒሳብ ሰራተኛ

花农

አበባ ሻጭ

理发师

የፀጉር ሰራተኛ

售票员

ቲኬት ቆራጭ

机械师

መካኒክ

船长

ካፒቴን

牙医

የጥርስ ሐኪም

科学家

ተመራማሪ

拉比

መምህር

伊玛目

የሙስሊም ሃይማኖታዊ መሪ

和尚

መነኩሴ

牧师

ካህን

工具

መሳሪያዎች

铁锤
መዶሻ
钳子
螺丝刀
መፍቻ
扳手
የመሳሪ መፍቻ
手电筒
ባትሪ

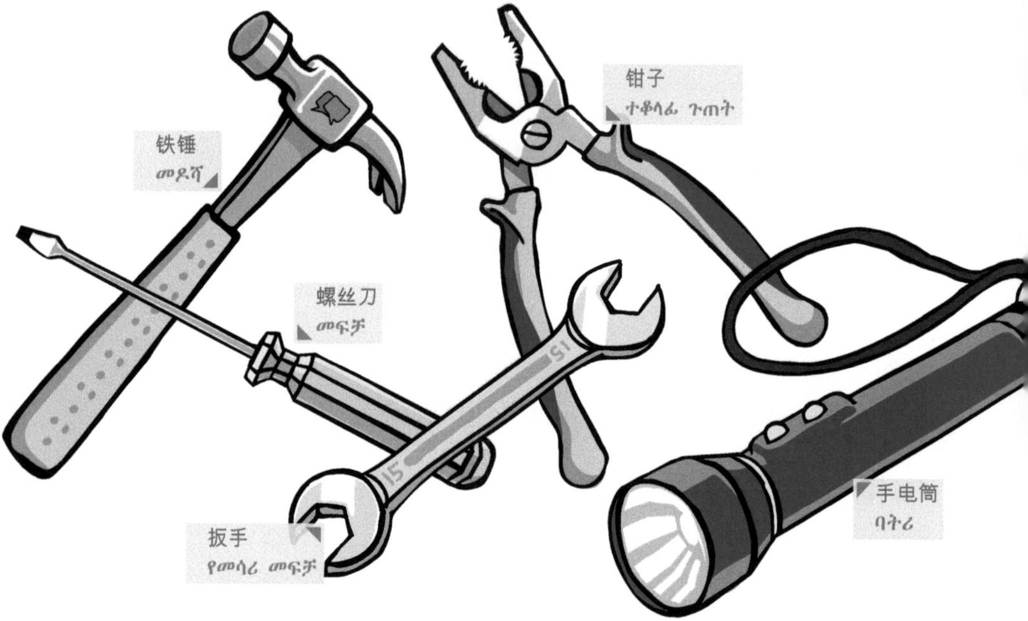

挖掘机

በቁፋሮ የሚዝቅ

工具箱

የመፍቻ ሳጥን

梯子

መሰላል

锯子

መጋዝ

钉子

ምስማር

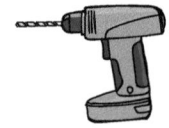

钻机

መሰርሰሪያ

修

መጠገን

铲子

አካፋ

靠！

የተረገመ!

簸箕

ቆሻሻ ማፈሻ

油漆桶

የቀለም ቆርቆሮ

螺丝

ብሎን

乐器

የሙዚቃ መሳሪያዎች

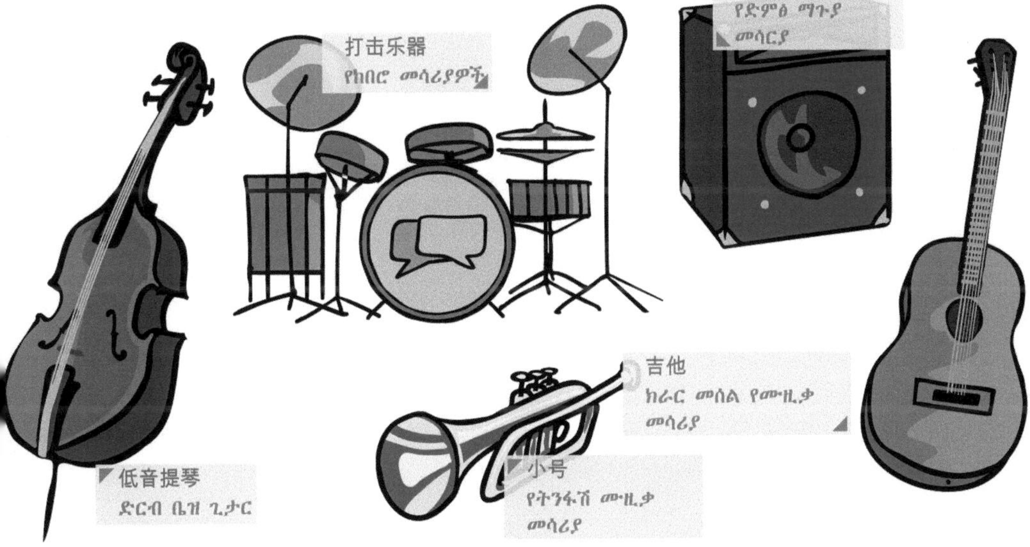

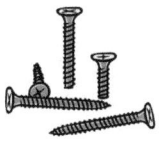

打击乐器
የከበሮ መሳሪያዎች
扬声器
የድምፅ ማጉያ
መሳርያ
吉他
ክራር መሰል የሙዚቃ
መሳሪያ
低音提琴
ድርብ ቤዝ ጊታር
小号
የትንፋሽ ሙዚቃ
መሳሪያ

乐器 - የሙዚቃ መሳሪያዎች 57

钢琴

ፒያኖ

小提琴

ቫዮሊን

贝斯

ወፍራም፤ጎርናና ድምፅ ያለዉ
ክራር መሰል ሙዚቃ መሳሪያ

定音鼓

ነጋሪት

鼓

ከበሮ

电子琴

በኤሌክትሪክ የሚሰራ ፒኖ

萨克斯管

የትንፋሽ ሙዚቃ መሳሪያ

长笛

ዋሽንት

麦克风

የድምፅ ማጉያ

动物园

የደር እንስሳት ማቆያ

入口
መግቢያ
老虎
ነብር
笼子
ሳጥን
斑马
የሜዳ አህያ
የእንስሳ ምግብ
熊猫
ትልቅ ድብ

动物

እንስሳቶች

大象

ዝሆን

袋鼠

ካንጋሮ

犀牛

አዉራሪስ

大猩猩

ትልቅ ዝንጀሮ

熊

ድብ

骆驼

ግመል

鸵鸟

ሰጎን

狮子

አንበሳ

猴子

ጦጣ

火烈鸟

ቅልጥመ ረዥም ወፍ

鹦鹉

በቀቀን

北极熊

የወዋልታ ድብ

企鹅

የዋልታ ወፎች

鲨鱼

ረጅም ጥርሶች ያሉትአሳ ነባሪ

孔雀

ጣዎስ

蛇

እባብ

鳄鱼

አዞ

动物园管理员

የዱር አራዊት የሚጠበቁበት ማቆያን የሚጠብቅ

海豹

አሳ በሊታ የባህር እንስሳ

美洲豹

የዱር ድመት

矮种马

ድንክ ፈረስ

豹

ነብር

河马

ጉማሬ

长颈鹿

ቀጭኔ

老鹰

ንስር

野猪

ከርከሮ

鱼

አሳ

龟

የባህር ኤሊ

海象

የባህር አዉሬ

狐狸

ቀበሮ

羚羊

የሜዳ ፍየል፤ሚዳቋ

体育

የስፖርት አይነቶች

橄榄球
የአሜሪካ እግርኳስ
骑自行车
የብስክሌት ስፖርት
网球
ቴኒስ
篮球
የቅርጫት ኳስ
游泳
ዋና
拳击
የቡጢ ስፖርት
冰球
የበረዶ ላይ የገና ጨዋታ

英式足球

እግር ኳስ

羽毛球

የላበ ኳስ ጨዋታ

田径

አትሌቲክስ

手球

የእጅ ኳስ ስፖርት

滑雪

የበረዶ መንሸራተት ስፖርት

马球

ፈረስ ግልቢያ

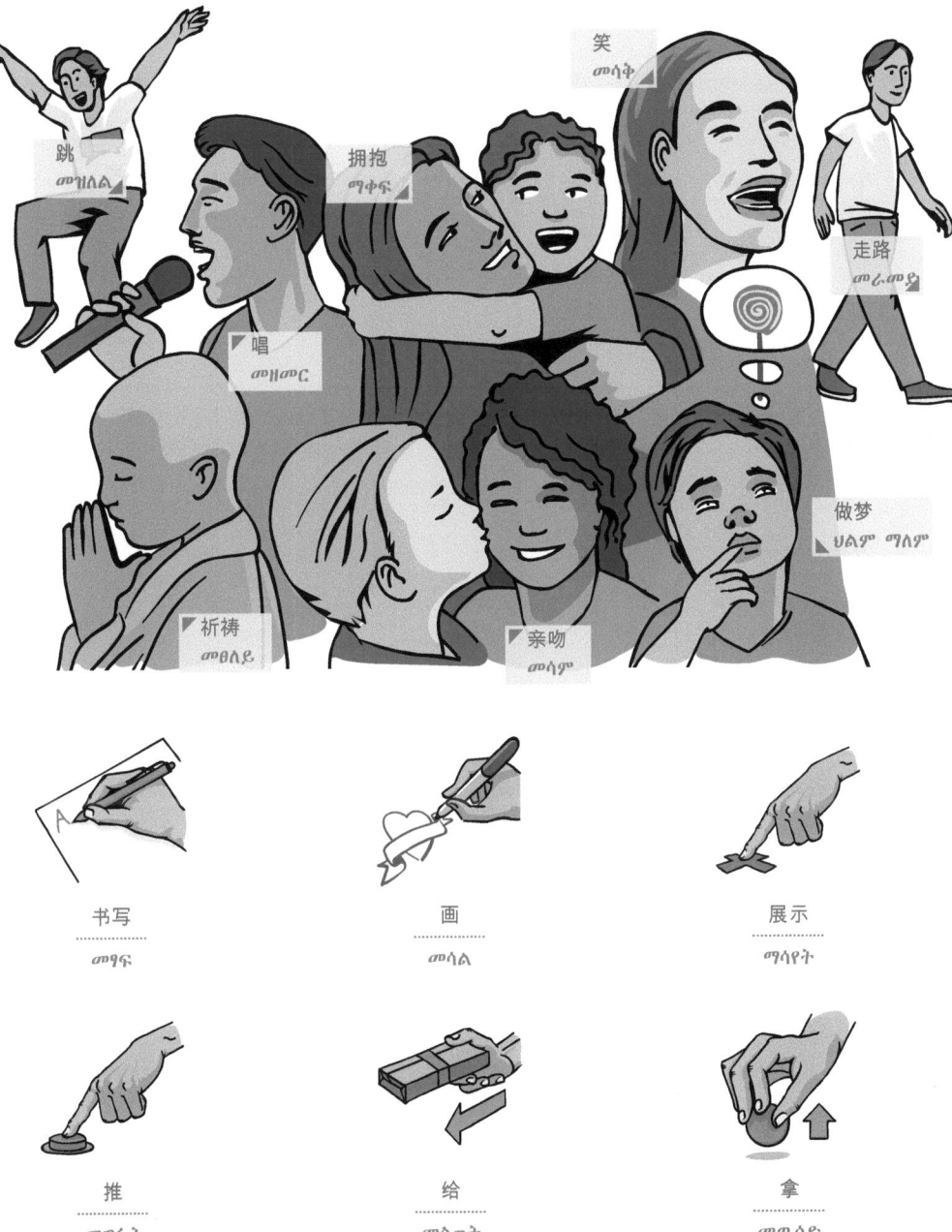

笑
መሳቅ

跳
መዝለል

拥抱
ማቀፍ

走路
መራመድ

唱
መዝመር

做梦
ህልም ማለም

祈祷
መፀለይ

亲吻
መሳም

书写	画	展示
መፃፍ	መሳል	ማሳየት
推	给	拿
መግፋት	መስጠት	መውሰድ

有

መያዝ

做

ማድረግ

当

መሆን

站

መቆም

跑

መሮጥ

拉

መሳብ

扔

መወርወር

摔倒

መዉደቅ

躺

መዋሸት

等待

መጠበቅ

携带

መሸከም

坐

መቀመጥ

穿衣

መልበስ

睡觉

መተኛት

醒来

መንቃት

看

መመልከት

哭

ማለልቀስ

抚摸

መ ር

梳头

ማ ጠር

交谈

ማ ራት

明白

መ ዳት

问

ያቄ

听

ማዳመ

喝

መጠጣት

吃

መብላት

清理

ማንፃት

爱

ማ ቀር

做饭

ግብ ማብሰል

开车

መንዳት

飞

መብ ር

航行

መርከብ መንዳት

计算

ቁጥሮችን ማስላት

读

ማንበብ

学习

መማር

工作

መስራት

结婚

ማግባት

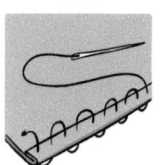

缝

መስፋት

刷牙

ጥርስ መቦረሽ

杀

መግደል

抽烟

ማጨስ

寄

መላክ

家

ቤተሰብ

祖母
የሴት አያት
祖父
የወንድ አያት
父亲
አባት
母亲
እናት
婴童
ህፃን
女儿
ሴት ልጅ
儿子
ወንድ ልጅ

客人

እንግዳ

阿姨

አክስት

叔叔

አጎት

兄弟

ወንድም

姐妹

እህት

身体
አካል

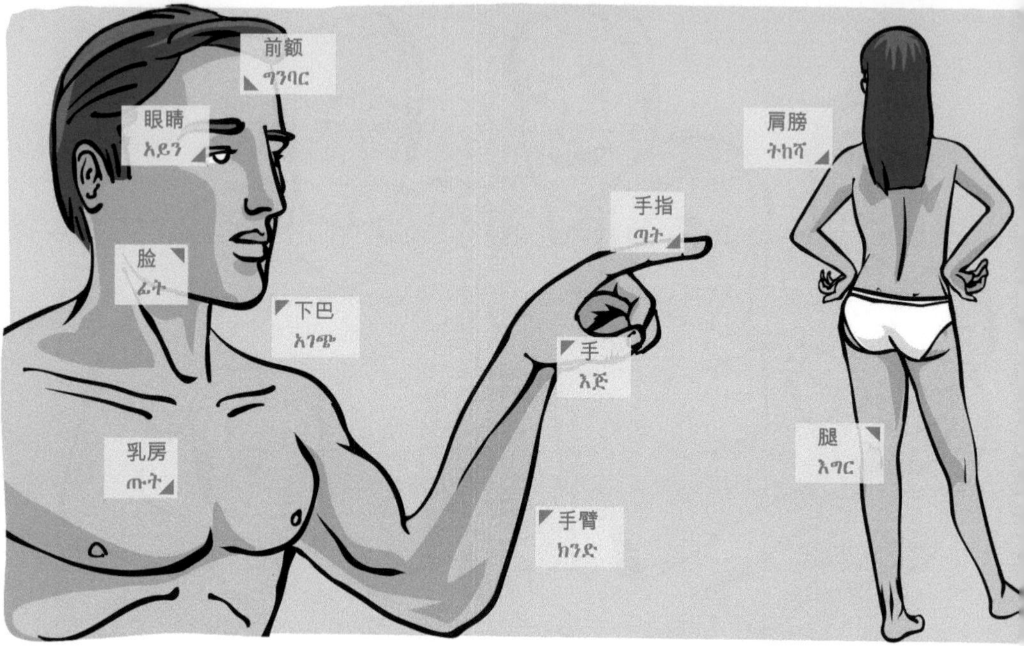

前額
ግንባር

眼睛
አይን

肩膀
ትከሻ

手指
ጣት

脸
ፊት

下巴
አገጭ

手
እጅ

乳房
ጡት

腿
እግር

手臂
ክንድ

婴童

ህፃን

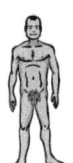

男人

ሰዉ

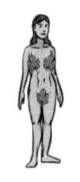

女人

ሴት

女孩

ልጃገረድ

男孩

ወንድ ልጅ

头

ራስ

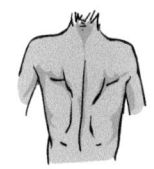

背部

ጀርባ

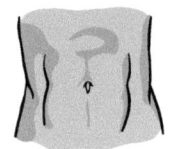

肚子

ሆድ

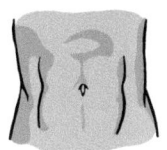

肚脐

እምብርት

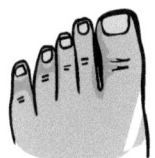

脚趾

የእግር ጣት

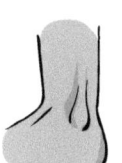

脚后跟

ተረከዝ

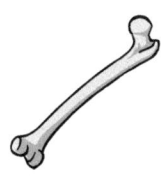

骨头

አጥንት

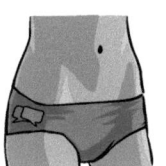

臀部

ዳሌ

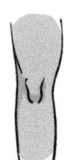

膝盖

ጉልበት

手肘

ክርን

鼻子

አፍንጫ

屁股

ቂጥ

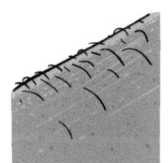

皮肤

ቆዳ

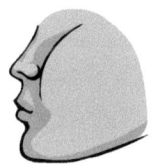

脸颊

ጉንጭ

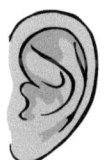

耳朵

ጆሮ

嘴唇

ከንፈር

身体 - አካል

69

嘴

አፍ

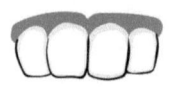

牙齿

ጥርስ

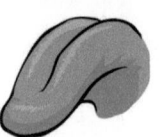

舌头

ምላስ

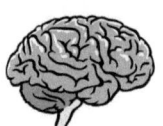

脑

አንጎል

心脏

ልብ

肌肉

ጡንቻ

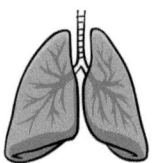

肺

ሳምባ

肝脏

ጉበት

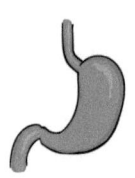

胃

ሆድ

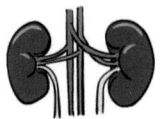

肾脏

ኩላሊቶች

性交

የግብረስጋ ግንኙነት

避孕套

ኮንዶም

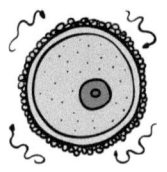

卵子

የሴት እንቁላል

精子

የዘር ፈሳሽ

怀孕

እርግዝና

70　　　　　　　身体 - አካል

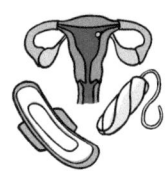

月经

የወር አበባ

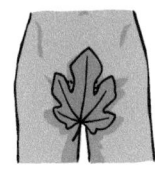

阴道

እምስ

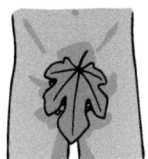

阴茎

ቁላ

眉毛

ቅንድብ

头发

ፀጉር

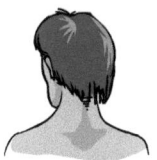

脖子

አንገት

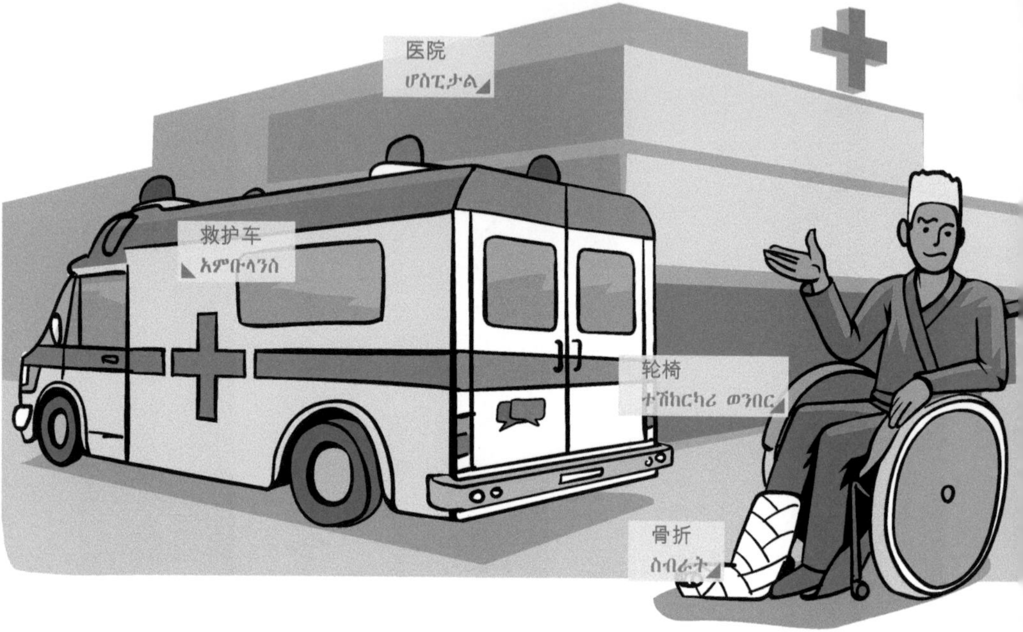

医院
ሆስፒታል

救护车
አምቡላንስ

轮椅
ተሽከርካሪ ወንበር

骨折
ስብራት

医生

ዶክተር

急诊室

ድንገተኛ ክፍል

护士

ነርስ

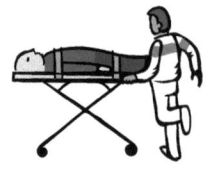

紧急情况

ድንገተኛ

昏迷

ራስን መሳት/ አለማወቅ

痛

ህመም

受伤

ጉዳት

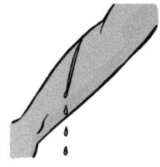

出血

መድማት

心脏病发作

የልብ ድካም

中风

ስትሮክ

过敏

አለርጂ

咳嗽

ሳል

发烧

ትኩሳት

流感

ኢንፍሉዌንዛ

腹泻

ተቅማጥ

头痛

የራስ ምታት

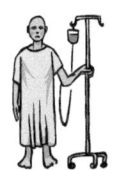

癌症

ካንሰር

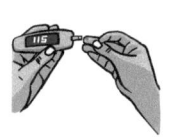

糖尿病

የስኳር በሽታ

外科医生

ቀዶ ጠጋኝ ሐኪም

手术刀

የቀዶ ጥገና ስለት

手术

ቀዶ ጥገና

CT

ሲቲ

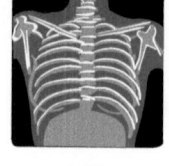

X光

ኤክስሬዮ

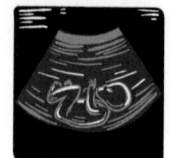

超声波

አልትራሳዉንድ

口罩

የፊት ጭምብል

疾病

በሽታ

候诊室

መጠበቂያ ክፍል

拐杖

ምርኩዝ

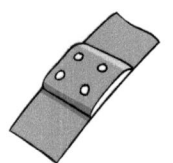

石膏

የቁስል ማሸጊያ

绷带

ፋሻ

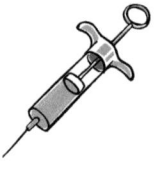

注射

መርፌ

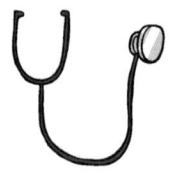

听诊器

የልብ ምት ማዳመጫ መሳሪያ

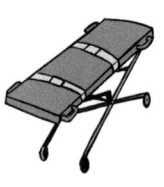

担架

የበሽተኛ አልጋ

体温计

የህክምና ሙቀት መለኪያ መሳሪያ

出生

መውለድ

超重

ከልክ ያለፈ ክብደት

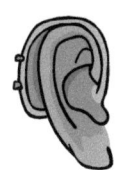

助听器

ለመስማት የሚረዳ መሳሪያ

消毒液

ፀረ ተባይ መድሀኒት

感染

ማመርቀዝ

病毒

ቫይረስ

艾滋病

ኤች አይቪ ኤድስ

药物

ህክምና

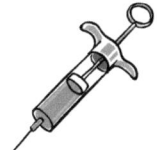

接种疫苗

ክትባት

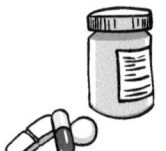

药片

ኪኒን

药丸

ኪኒን

急救电话

አስቸኳይ የስልክ ጥሪ

血压计

ደም ግፊት መቆጣጠሪያ

生病/健康

ህመም/ ጤንነት

紧急情况

ድንገተኛ

救命！

እርዳታ!

警报

ማንቂያ ደወል

突击

ጥቃት

攻击

ድብደባ

危险

አደጋ

紧急出口

የድንገተኛ መዉጫ

着火啦！

እሳት!

灭火器

እሳት ማጥፊያ

意外

አደጋ

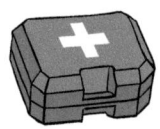

急救箱

የመጀመሪያ እርዳታ መድሃኒት መያዣ

呼救信号

ነፍስ አድን

警察

ፖሊስ

欧洲

አዉሮፓ

北美洲

ሰሜን አሜሪካ

南美洲

ደቡብ አሜሪካ

非洲

አፍሪካ

亚洲

እስያ

澳洲

አዉስትራሊያ

大西洋

አትላንቲክ

太平洋

ፓስፊክ

印度洋

የህንድ ዉቅያኖስ

南冰洋

አንታርክቲክ ዉቅያኖስ

北冰洋

አርክቲክ ዉቅያኖስ

北极

ሰሜን ዋልታ

南极

ደቡብ ዋልታ

南极洲

አንታርክቲካ

地球

ምድር

陆地

መሬት

海

ባህር

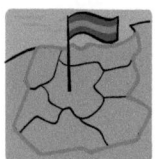

岛

ደሴት

国家

አገርና ህዝብ

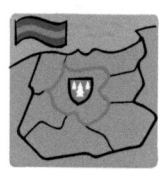

国家

መንግስት

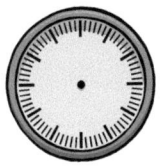

钟面

የሰዓት ገፅታ

时针

ሰዓት

分针

ደቂቃ

秒针

ሴኮንድ

现在几点？

ስንት ሰዓት ነው?

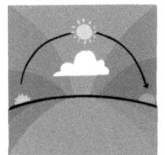

天

ቀን

时间

ጊዜ

现在

አሁን

电子表

የቁጥር ሰዐት

分

ደቂቃ

时

ሰዓታት

周

ሳምንት

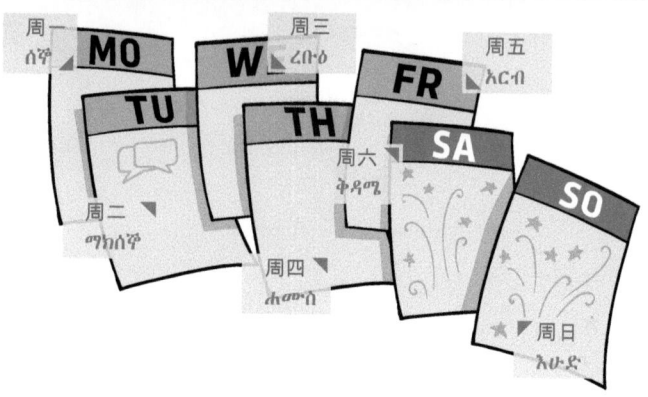

昨天

ትላንት

今天

ዛሬ

明天

ነገ

早晨

ማለዳ

中午

ቀትር

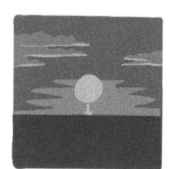

晚上

ምሽት

工作日

የስራ ቀናት

周末

የዕረፍት ቀናት

雨
ናብ

彩虹
ስተ ዳመና

雪
የሚመስል አመዳይ

反
ነፋብ
ረዶ

春
ደይ

秋
መኸር

夏
ጋ

冬
ረምት

天气预报
የአየር ኔታ ትን ያ

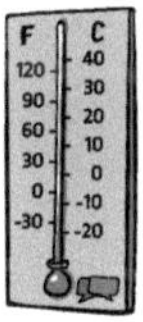

温度计
የሙ ት መለኪያ

阳光
የ ሀይ ሙ ት

云
ደመና

雾
ጋግ

潮湿
እር ታማነት

闪电

መብረቅ

打雷

ነጎድጓድ

风暴

አዉሎ ንፋስ

冰雹

የበረዶ ዝናብ

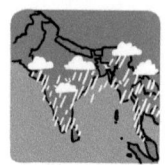

季风

አዉሎ ንፋስ

洪水

ጎርፍ

冰

በረዶ

一月

ጥር

二月

የካቲት

三月

መጋቢት

四月

ሚያዚያ

五月

ግንቦት

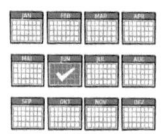

六月

ሰኔ

七月

ሐምሌ

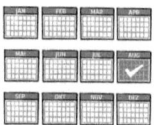

八月

ነሀሴ

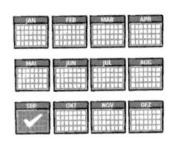

九月

መስከረም

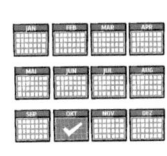

十月

ቅምት

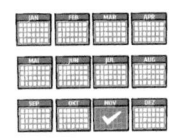

十一月

ዳር

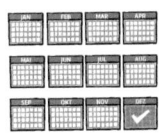

十二月

ሳስ

形状

ርዖች

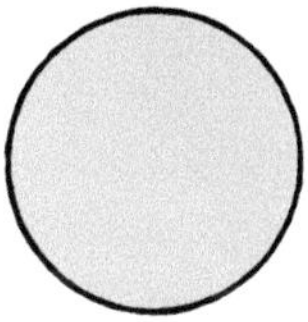

圆形

ክብ

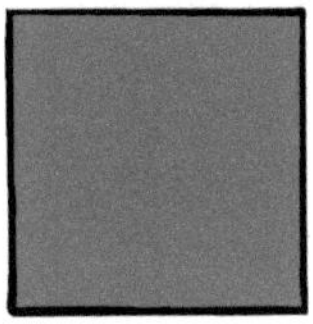

正方形

ራት ማዕዘን

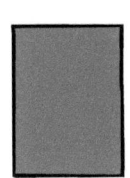

长方形

ራት ቀ ተኛ ማዕዘኖች ጎኖች ያሉት ቅርፅ

三角形

ስት ማዕዘን

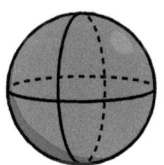

球体

ሉል

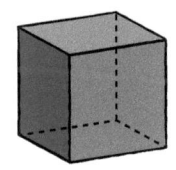

立方体

ስድስት ጎን ያለዉ ቅርፅ

颜色

ቀለማት

白

ነጭ

黄

ቢጫ

橙

ብርቱካናማ

粉

ሮዝ

红

ቀይ

紫

ወይን ጠጅ

蓝

ሰማያዊ

绿

አረንጓዴ

棕

ቡኒ

灰

ግራጫ

黑

ጥቁር

很多/少许

ብዙ/ ጥቂት

生气/平静

ንዴት/ እርጋታ

美/丑

ቆንጆ/ አስቀያሚ

首/尾

ጅማሬ/ ፍፃሜ

大/小

ትልቅ/ ትንሽ

明/暗

ደማቅ/ ደብዛዛ

兄弟/姐妹

ወንድም/ እህት

干净/肮脏

ንፁህ/ ቆሻሻ

完整/缺失

የተሟላ/ ያልተሟላ

白天/晚上

ቀን/ ምሽት

死/生

የሞተ/ ህያዉ

宽/窄

ሰፊ/ ጠባብ

可食用/非食用

የሚበላ / የማይበላ

邪恶/善良

ክፉ/ ደግ

兴奋/无聊

ደስተኛ/ ድብርተኛ

胖/瘦

ወፍራም/ ቀጭን

第一/最后

መጀመርያ/ መጨረሻ

朋友/敌人

ጓደኛ/ ጠላት

满/空

ሙሉ/ ጎዶሎ

硬/软

ጠንካራ/ ለስላሳ

重/轻

ከባድ/ ቀላል

饿/渴

ረሃብ/ ጥማት

生病/健康

ህመም/ ጤንነት

非法/合法

ህገወጥ/ ህጋዊ

聪明/愚笨

ጎበዝ/ ደደብ

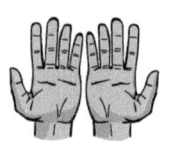

左/右

ግራ/ ቀኝ

近/远

ቅርብ/ ሩቅ

新/旧

አዲስ/ አሮጌ

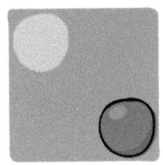

没有/有些

ምንም/ የሆነ ነገር

老/幼

ሽማግሌ/ ወጣት

开/关

የበራ/ የጠፋ

打开/合上

ክፍት/ ዝግ

安静/吵闹

ፀጥታ/ ጫጫታ

富/穷

ሃብታም/ ደሃ

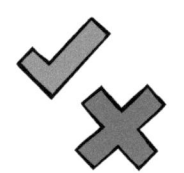

对/错

ትክክለኛ/ የተሳሳተ

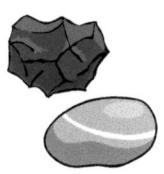

粗糙/光滑

ሻካራ/ ለስላሳ

伤心/高兴

ሐዘን/ ደስታ

短/长

አጭር/ ረዥም

慢/快

ዝግተኛ/ ፈጣን

湿/干

እርጥብ/ ደረቅ

温暖/凉爽

ሞቃት/ ቀዝቃዛ

战争/和平

ጦርነት/ ሰላም

数字

ቁጥሮች

0	1	2
零	一	二
ዜሮ	አንድ	ሁለት
3	4	5
三	四	五
ሶስት	አራት	አምስት
6	7	8
六	七	八
ስድስት	ሰባት	ስምንት
9	10	11
九	十	十一
ዘጠኝ	አስር	አስራ አንድ

12

十二

አስራ ሁለት

13

十三

አስራ ሶስት

14

十四

አስራ አራት

15

十五

አስራ አምስት

16

十六

አስራ ስድስት

17

十七

አስራ ሰባት

18

十八

አስራ ስስምንት

19

十九

አስራ ዘጠኝ

20

二十

ሃያ

100

百

መቶ

1.000

千

ሽህ

1.000.000

百万

ሚሊዮን

语言

ቋንቋዎች

英语

እንግሊዝኛ

美式英语

የአሜሪካ እንግሊዝኛ

普通话

የቻይና ማንዳሪን

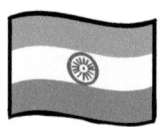

印地语

ሂንዱ

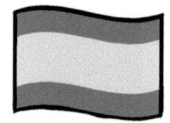

西班牙语

ስፓኒሽ

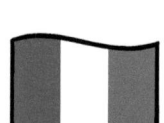

法语

ፍሬንች

阿拉伯语

አረብኛ

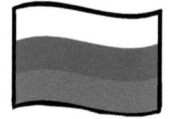

俄语

ራሺያኛ

葡萄牙语

ፖርቹጊዝ

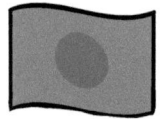

孟加拉语

ቤንጋሊ

德语

ጀርመን

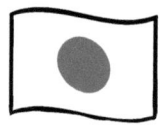

日语

ጃፓንኛ

谁/什么/怎样

ማን/ ምን/ እንዴት

我

እኔ

你

አንተ

他/她/它

እሱ/ እርሷ/ እቃዉ

我们

እኛ

你们

አንተ

他们

እነርሱ

谁？

ማን?

什么？

ምን?

怎样？

እንዴት?

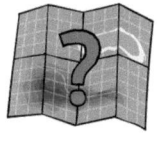

哪里？

የት?

什么时候？

መቼ?

名字

ስም

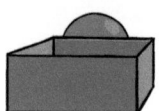

方位

የት

后面

በስተጀርባ

里面

ዉስጥ

前面

ከፊት ለፊት

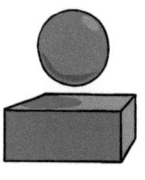

上方

ከላይ

上面

ላይ

下面

ከስር

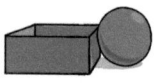

旁边

አጠገብ

中间

መሃከል

地点

ቦታ